AF871820

Cóc Tinh Trong Giếng Cổ

Cóc Tinh Trong Giếng Cổ

Andrell Giang

CONTENTS

I

Nằm tít phía cuối làng Yên Sở, bao trọn một khoảng đất rộng đến cả vài mẫu là một căn nhà cổ kính. Nói là cổ chứ thực chất mọi thứ đều đã bị hư hại xuống cấp trầm trọng, phần mái ngói thậm chí đã sập xuống hẳn một mảng lớn.

Bao quanh căn nhà ngoài những cây cỏ dại mọc tốt um cao quá đầu người, là những tán cây cổ thụ chót vót sum suê tới mức ánh sáng mặt trời cũng khó lòng chiếu xuống. Đứng từ phía xa nhìn vào chỉ thấy những lùm cây rậm rạp, đến cách chừng năm mươi mét mới thấy nhấp nhô lộ ra vài khoảng hở của căn nhà đổ nát.

Cũng không nhớ rõ đã bao lâu, căn nhà ấy không có bóng người bén bảng lai vãng. Họ thậm chí còn không dám tới gần, bởi những tin đồn ma quái đáng sợ xung quanh căn nhà ấy. Chẳng thế mà cách căn nhà dễ đến cả gần 100m, người ta đã phải cắm một cái biển to chềnh ềnh án ngữ lối đi ghi rõ dòng chữ: "vùng đất nguy hiểm, tuyệt đối không được lại gần"

Ngoài dòng chữ khô khan được viết bằng mực đỏ, còn có một cái biểu tượng đầu lâu xương sọ gạch chéo nhìn đến lạnh người. Tuy nhiên cái biển đấy cũng chỉ để giành cho những vị khách vãng lai, chẳng may đi lạc vào đây mà thôi. Chứ còn đối với người dân làng Yên Sở, thì đặc biệt có các thêm vàng mười cũng chẳng ai dám lại gần chỗ ấy.

Sự tích về căn nhà ấy thì nhiều lắm, tam sao thất bản, trải qua thời gian đã lâu người ta thêu dệt, thêm bớt không biết đâu là thật đâu là hư. Tuy nhiên có một điều chắc chắn, mà ai cũng phải công nhận. Ấy là chủ nhân của căn nhà này không phải của người Việt, mà là của lão Triệu, một người gốc Hoa sang đây sinh sống, rồi xây dựng lên.

Dạo ấy người dân ở đây vẫn còn nghèo lắm, toàn ăn độn khoai sắn, củ chuối với rau dại để trừ bữa. Còn với chủ nhân của căn nhà kia, cả nhà lão ta ăn sung mặc sướng, tiền bạc rủng rỉnh đề huề chẳng khác nào vua chúa ở cái xứ này. Chả thế mà những cánh thanh niên trai tráng trong làng, ai cũng hy vọng có thể trở thành gia đinh, kẻ ăn người ở trong nhà lão, để hưởng ké chút lộc thừa lộc thãi.

Thế nhưng mà kỳ lạ, bao nhiêu những người khỏe mạnh nhanh nhẹn lão không chọn, lại chọn một tên bị câm làm kẻ hầu người hạ. Ấy là Thằng Lẹo, thằng này lúc còn nhỏ chẳng hiểu tại sao sau một cơn sốt virus thì lẹo nổi lên khắp người, rồi sau đó biến chứng thành ra bị câm luôn. Từ đó mọi người mới gọi nó luôn là Lẹo.

Khi ấy dân làng cũng lấy làm khó hiểu, mọi người xôn xao bàn tán. Người thì bảo chắc lão Cao Triệu ấy muốn thuê thằng Lẹo về làm cho dễ sai bảo, bởi tính nó thật thà không gian manh lọc lõi. Tuy nhiên phần đông mọi người lại cho rằng, chắc nhà lão có nhiều bí mật với của chìm của nổi, nên đã cố tình chọn một kẻ câm như vậy sẽ dễ dàng giữ được bí mật, không đem đi tiết lộ với người ngoài.

Tuy nhiên sau này mọi người hỏi dò mới biết được, thằng Lẹo tuy là làm việc ở đó, nhưng nó cũng chưa một lần được bước lên trên nhà. Hằng ngày phạm vi hoạt động của nó chỉ lanh quanh ở khu bếp, khu vườn, cùng lắm là lên tới chỗ đầu hè là cùng.

Bởi vậy mọi hoạt động thường ngày của lão Triệu vẫn là một ẩn số, không ai biết chính xác trừ vợ con lão. Gia đình lão ngoài hai vợ chồng, còn có hai người con một trai một gái tên là Kim và Khánh. Người dân làng vẫn thường gọi là cô Kim cùng cậu khánh, Kim giống với mẹ nên rất trắng trẻo cao ráo, mỗi lần cô bước ra ngoài đường, khiến cho đám thanh niên làng thằng nào thằng nấy thèm nhỏ rãi như Chí Phèo thèm rượu, đứng nhìn đến muốn lòi cả hai con ngươi.

Cũng phải thôi, ở quê vất vả lam lũ với ruộng đồng, cánh con gái đứa nào đứa nấy cũng đen trùi trũi, ra thì sần sùi thô ráp như da trâu, đầu tóc rối như tổ quạ cả tháng chẳng gội. Trái ngược với đó thì cô Kim nước ra sáng loáng, thân hình đẫy đà nẫy nở, mỗi lần ra đường đều diện những bộ sườn xám bó sát đủ loại sắc màu, càng làm nổi bật thêm những đường cong gợi cảm quyến rũ.

Khánh cũng vậy, có thể nói là một mỹ nam soái ca xa gần nức tiếng. Ngoài sở hữu vẻ đẹp của một đại gia công tử con nhà giàu, Y còn nổi tiếng là một tay ăn chơi khét tiếng trong vùng, giao du toàn với cánh con nhà quan lại máu mặt trên huyện.

Dân làng ngoài biết đến lão Triệu này là một tay chuyên buôn đồ cổ sừng sỏ, còn mơ hồ biết lão ta dường như theo một tôn giáo kỳ lạ nào đó. Chẳng thế mà cứ vào những đêm trăng tròn, lão lại thuê người giết hẳn một con trâu mộng để làm lễ, sau đó cũng chẳng biết là lão ấy đem con trâu đi đâu, bởi nếu chỉ một mình nhà lão thì làm sao có thể ăn hết được.

Nhưng chưa một lần lão chia cho dân làng, dù chỉ là một miếng da trâu cũng không. Có mấy lần cánh người nhà thằng Lẹo hỏi dò, xem còn miếng thịt ôi thịt thiu nào thì đem về cho họ. Nhưng thằng Lẹo chỉ biết lắc đầu, bởi ngay đến chính nó cũng không hay biết gì về chuyện ấy.

Ngoài căn nhà to lớn làm toàn bằng gỗ quý, còn có một căn nhà khác được lão Triệu gọi là khu vực hậu điện. Khu vực ấy ngoài lão ra, tuyệt đối không ai được phép bén bảng lại gần, kể cả vợ con của lão.

Ngày nào cũng như ngày nào, cứ vào lúc nửa đêm lão Triệu sẽ bước vào đó, sau chừng nửa tiếng đồng hồ lão lại bước ra. Mà đặc biệt, mỗi lần như vậy trên trán lão đều lấm tấm mồ hôi, sắc mặt hiện lên sự mệt mỏi, giống như vừa phải gắng sức làm một việc gì đó.

Nếu là vào những ngày trăng tròn, lão sẽ ở trong đó suốt đêm không bước ra, mới đầu vợ con lão cũng tò mò hỏi, nhưng lão chỉ quắc mắt rồi đáp:

“Việc gì cần biết thì hãy biết, còn không cũng đừng hỏi. Nên nhớ, nếu ai dám tự ý bước lại gần đó, sẽ phải gánh chịu hậu quả thảm khốc, kể cả là bà, là chúng mày.. rõ chưa?”

Bà Hậu nghe xong thì nuốt nước bọt cái ực, hai đứa con của lão cũng gật đầu vâng dạ không dám hỏi lại dù chỉ một tiếng. Khi đi ra ngoài chúng nó có thể tự tung tự tác, muốn làm gì cũng được. Nhưng một khi đã bước về nhà là ngoan như cún con, chưa bao giờ dám cãi lại lão dù chỉ một tiếng.

Bà Hậu thì càng chẳng phải nói, đi theo lão ấy nhiều năm, tính tình lão thế nào bà thừa hiểu. Bà chỉ cần ngoan ngoãn không phạm vào những điều cấm kỵ, sẽ được sống một đời an nhàn chẳng cần bận tâm. Thêm nữa bà cũng biết, người vợ của lão trước kia, cũng chính là vì một lần tò mò, mà sau đó phải trả giá bằng cả mạng sống.

Đối với lão Triệu mà nói, vợ con chỉ là thứ yếu, thậm chí nó còn không quan trọng bằng thứ mà lão vẫn luôn tôn sùng và thờ tự. Không phải chỉ riêng đời của lão, trước đó đời cha ông, tổ tiên cũng đã đi theo nghiệp này.

II

Hôm ấy chính là vào một đêm trăng tròn, trong lúc cả nhà ông Triệu đang ăn cơm thì phía ngoài cổng có tiếng của thằng Lực gọi vọng vào:
"Ông bà Triệu có nhà không, con mang thịt đến đây.?"
Nghe thấy tiếng của nó gọi, con chó mực ở gần cổng sủa lên inh ỏi. Đang ngồi ăn cơm ở chỗ bếp thằng Lẹo vội lật đật chạy ra. Sau khi mở cổng, cũng vừa lúc bà Hậu bước ra bà bảo:
"Lực đấy hả, mày với cả thằng Lẹo chuyển hết thịt vào chỗ nhà kho cho bà, rồi ra đây bà trả tiền.!"
" Vâng, nhưng mà bà ơi, lần này bà xem trả cho con thêm một chút, tại vì đợt này thịt trâu lên giá, nếu vẫn tính theo giá cũ thì con thiệt quá!"
Bà Hậu quắc mắt:
"Thiệt cái gì mà thiệt, hợp đồng mày với cả ông Triệu đã giao kèo năm một. Bộ mày định phá giá vỡ hợp đồng hay sao, để tao lên nhà tao bảo ông ấy!"
Thằng Lực vội xua tay ngăn lại:
"Ấy chết, con chỉ nói vậy thôi, nếu không được thì thôi. Vẫn tính theo giá cũ vậy!"
" Thế được rồi, thôi chuyển thịt vào trong kho mau lên, mất thời gian quá đi!"
Thằng Lẹo kéo phía trước, thằng Lực đẩy cái xe chất đầy những bao tải thịt trâu vào sân. Nhìn thấy cái cảnh ấy đã không biết bao nhiêu lần, nhưng bà Hậu vẫn không thể nào quen nổi. Tay bà đưa lên bịt mũi, tay còn lại phẩy phẩy để xua bớt cái mùi hôi tanh bốc ra. Bà nói:

" Lần sau mày bọc nó kỹ kỹ vào, đừng có để máu tươi nhỏ ra sân thế này nữa, không là bà trừ tiền đấy!"
Không kịp chờ cho thằng Lẹo dọn dẹp, con chó mực vội lao tới liếm láp những giọt máu tươi vừa nhỏ xuống, đuôi quẫy tít vẻ đầy thích thú.
Sau khi đã bê hết những bao tải thịt, đặt gọn vào trong chỗ nhà kho hai thằng mới quay trở ra chỗ cổng.
Bà Hậu lúc này hừ nhẹ một tiếng, móc trong người ra một đồng tiền đã chuẩn bị sẵn. Sợ chạm vào đôi bàn tay bẩn thỉu của nó, bà ném luôn xuống đất rồi bảo:
"Đấy, tiền của mày đấy, đi mau đi, ghê quá đi thôi!"
Thằng Lực chẳng cảm thấy hành động ấy là xúc phạm, bởi vì nó đã quá quen. Vội cúi xuống nhặt lấy đồng tiền rồi cười cười sau đó vội vã rời đi. Bà Hậu lúc này lại quay sang nhìn thằng Lẹo:
"Mày đi lấy cái giẻ, lau hết những chỗ khi nãy máu vãi xuống cho bà. Nhớ lau thật sạch vào đấy."
Thằng Lẹo gật đầu rồi vội vã chạy đi, vừa thấy bà bước lên nhà, Ông Triệu đang nhâm nhi tách trà nóng trên cái sập gụ liền hỏi:
"Đã bảo bọn nó chuyển hết thịt vào kho cẩn thận cho tôi chưa đấy.?"
" Chuyển rồi, mà chắc hôm nay ông không ngủ trên nhà đúng không?"
Ông Triệu gật đầu, Ngồi ở đó thêm một lúc, ông bước vào gian trong thay một bộ quần áo chỉnh tề, tóc búi gọn gàng rồi bước về phía sau hậu điện.
Bóng ông vừa đi khỏi, Khánh mắt trước mắt sau đã lẻn ra khỏi nhà. Hôm nay nó đã trót hẹn với mấy cậu ấm con nhà quan trên huyện, làm sao có thể bỏ lỡ được. Sau khi phát hiện bà Hậu cũng chỉ biết thở dài, để mà nói trong cái nhà này, thậm chí bà còn không có tiếng nói bằng nó. Đành rằng bà làm mẹ thật đấy, nhưng cái thời ấy nó vậy, đàn bà phụ nữ chỉ giống như kẻ ăn người ở trong nhà.
Khác với mọi khi, hôm nay sau khi bước xuống chỗ nhà kho mặt ông Triệu hiện lên rõ sự lo âu căng thẳng, giống như ông sắp sửa làm một việc gì đó vô cùng hệ trọng. Mở cánh cửa nhà kho ra, ông Triệu thấy những bao tải thịt đã đặt sẵn trên cái xe đẩy ngay ngắn ở trong đó.
Đáng lẽ ra những công việc bẩn thỉu, nặng nhọc thế này ông sẽ không

phải đụng tay đụng chân. Có điều việc này phải đích thân ông làm mới được. Thứ nhất là vì ông không muốn có người lạ tiến vào khu vực hậu điện, nhưng quan trọng hơn ấy chính là thể hiện sự tôn sùng với thứ mà ông tôn thờ.

Cái xe tải chất đầy những bao thịt nặng, cho dù là thằng Lực, một thằng thanh niên cơ bắp cũng phải vã mồ hôi hột mới có thể di chuyển. Ấy vậy mà lão Triệu đẩy đi lại dường như không tốn nhiều sức. Lão nay tuy tuổi đã gần lục tuần, nhìn bề ngoài lọm khọm yếu đuối vậy thôi, chứ thực ra hồi trẻ lão đã kinh qua rèn luyện võ thuật, lại biết rất nhiều những bài thuốc bí truyền để nâng cao sức khoẻ, kéo dài tuổi thọ, vậy lên sức khỏe vẫn còn vô cùng tốt.

Khu vực hậu điện cách chỗ nhà kho cũng gần 50 mét, chỉ có một lối đi nhỏ duy nhất vừa đủ chiếc xe đẩy. Nếu muốn tiến vào khu này, Đó là con đường duy nhất. Trời lúc này cũng đã dần chuyển về khuya, ánh trăng đỏ rực từ trên cao hắt xuống, khiến cho khung cảnh có phần âm u ma mị.

Gian hậu điện được lão thiết kế giống như một cái lăng mộ, phía trước có hai con chó đá nhe răng nhìn rất dữ tợn. Hai bên hông trồng hai cây đại cổ thụ tán lá xum xuê, Chính giữa là một cái cửa bằng gỗ lim nặng trịch, trên đó chềnh ềnh một cái khóa đồng to bản dễ bằng cả bắp tay người lớn.

Điều nổi bật nhất của căn nhà ấy chính là nhìn nó như một cái lô cốt, một pháo đài bất khả xâm phạm. Nếu là một căn nhà bình thường, sẽ không ai làm như vậy cả, trừ khi lão ta đang che giấu một bí mật to lớn nào đó.

Những người xây dựng lên nơi này cũng không phải người dân ở đây, lão Triệu thuê một toán thợ từ xứ khác tới làm. Sau khi hoàn thành họ cũng nhanh chóng rời đi, kể từ đó không ai còn thấy họ nữa.

Sau khi lão Triệu mở cửa bước vào bên trong, những tưởng sẽ phải là một cái điện nguy nga tráng lệ và lộng lẫy. Thế nhưng không, phía trong này nhìn qua hết sức sơ sài, chỉ có vài cái kệ bằng gỗ, trên đó đặt vài món đồ cổ nhìn qua cũng không mấy bắt mắt.

Phía bên trên cái kệ nhỏ tay trái lối vào, có đặt một chiếc đèn dầu cháy leo lét, cũng nhờ thế căn phòng mới vớt vát lại được một chút ánh sáng yếu ớt. Trên cái kệ gỗ ấy, lưa thưa vài quyển sách đã ngã màu ố vàng, được lão xếp gọn ngay ngắn. Phía dưới thấp hơn là những ngăn khóa, cũng không rõ lão Triệu cất thứ gì trong đó.

Lão Triệu vậy mà đẩy luôn cả một cái xe thịt vào bên trong này, sau đó lão khóa trái cửa lại. Đưa mắt nhìn quanh một lượt, lão tiếp tục đẩy thẳng cái xe vào phía sâu hơn. Căn nhà được thiết kế theo kiểu hình ống hành lang chạy dài, sau khi tiếp tục tiến vào gian trong, lại có thêm một lớp cửa kiên cố nữa.

Tiếp tục lấy chìa khóa mở cánh cửa ra, đập vào mắt của lão Triệu là một khung cảnh âm u rùng rợn. Mọi thứ trong này tối om như hũ nút, không có lấy dù chỉ là một tia ánh sáng. Nơi đây như một thế giới khác, cách biệt hẳn với thế giới bên ngoài, khiến ai bước vào đây cũng không khỏi rùng mình nổi gai ốc.

Ấy là đối với người bình thường mà nói, chứ còn với lão Triệu thì nơi này vốn đã vô cùng quen thuộc. Cũng chẳng hiểu sao ở một nơi tối tăm như vậy, lão vẫn có thể nhìn rõ hết mọi thứ và hoạt động một cách hết sức bình thường. Nếu bảo rằng do lão đã quen thuộc với nơi này thì cũng hơi có phần miễn cưỡng, khả năng cao hơn là con mắt của lão ta rất đặc biệt, có thể nhìn thấy mọi thứ trong bóng tối.

Chiếm đến ¼ diện tích gian bên trong này là một cái miệng giếng nhìn rất cổ, nhô lên cao độ chừng nửa mét so với mặt đất. Gần miệng giếng có một tấm tọa cụ hình tròn, cùng một cái bàn hương án nhỏ trên đó chỉ có duy nhất 1 cái bát nhang.

Đó là tất cả mọi thứ phía bên trong gian nhà này. Nếu nói ra chắc chắn người ngoài sẽ không tin, không có lý gì lão Triệu phải cất công xây dựng một căn nhà kiên cố như vậy, chỉ để giấu đi một cái miệng giếng cũ nát.

Thế nhưng nhìn những hành động tiếp sau đó của lão, mới biết là không phải. Chỉ thấy lão chỉnh lại y áo ngay ngắn, quỳ xuống tấm tọa cụ rồi vái ba vái đầy thành kính:

“ Thưa Ngài, con mang thức ăn đến cho Ngài đây. Xin Ngài hãy đón nhận lấy!”

III

Từ dưới đáy giếng có một giọng nói ồm ồm vang lên, nghe không giống tiếng người, nhưng dường như lão Triệu có thể hiểu được.
Trên mặt lão hiện ra một tia vui mừng, đoạn lão hỏi lại:
"Chuyện kia Ngài đã tiến hành tới đâu rồi!"
Lại một âm thanh ồm ồm đầy ma quái phát ra, nhưng lần này ngắn hơn.
Nghe xong sự vui sướng càng hiện ra rõ rệt trên khuôn mặt lão Triệu.:
"Ba năm sao, chỉ ba năm nữa là có thể hoàn thành. Nếu như thành công, dòng họ chúng con tuyệt đối sẽ không dám quên ơn của Ngài, chúng con nguyện đời đời cung phụng!"
Rồi sau đó lão Triệu xách từng bao thịt trâu ném xuống đáy giếng. Chưa hết, sau khi ném xong, lão còn tự cắt ngón tay của mình nhỏ máu xuống đó. Từ dưới đáy giếng vọng lên những âm thanh nhóp nhép, cùng những tiếng cười ma quỷ nghe đến phát lạnh.
Nếu như người bình thường chứng kiến cảnh tượng ấy, chắc chắn sẽ khó lòng giữ nổi bình tĩnh. Nhưng lão Triệu thì khác, lúc này trong lòng lão tràn ngập sự vui sướng và thống khoái.
Sau khi xong xuôi mọi việc, lão bước ra gian ngoài, tiến lại chỗ cái kệ gỗ rồi cầm lấy một quyển sách cũ nát. Bìa ngoài quyển sách có 4 chữ hán màu vàng choé , nếu dịch ra ấy chính là: "Thuật Trấn Long Mạch".
Tuy nhiên sau khi nhìn kỹ xuống dưới, mới biết cuốn sách này không phải một loại sách phổ thông được in đại trà. Bởi nó còn có dấu triện đỏ chót đặc trưng của dòng họ Cao, cấm con cháu đời sau tuyệt đối không được lưu truyền ra bên ngoài.
Ngoài dòng chữ cảnh báo ấy ra, cũng không thấy cuốn sách này đề tên

đích danh ai. Cũng không rõ là do một vị tổ tiên, hay là nhiều đời nối tiếp nhau sửa đổi bổ sung. Điều ấy ngoài lão Triệu ra e rằng khó ai biết được.

Để mà nói, cuốn sách này cũng chỉ hữu dụng với những người chuyên nghiên cứu, có am hiểu về thuật phong thuỷ, thuật trấn yểm mà thôi. Còn như lọt vào tay một người bình thường, nó cũng chỉ như một thứ đồ bỏ đi. Ấy là bởi vì những ghi chép trong đó quá cao siêu thâm ảo, người bình thường sẽ không cách nào hiểu được.

Cũng may là dòng họ của lão Triệu từ trước tới giờ luôn luôn sản sinh ra những người có tố chất đặc biệt về tâm linh, bởi vậy mạng mạch lưu truyền, trải qua không biết bao nhiêu đời mà vẫn chưa bị đứt đoạn. Tuy nhiên đến đời sau này, cũng chính là thằng Khánh con trai lão, thì lão không chắc nó có thể duy trì nổi nữa không.

Bởi vì đã rất nhiều lần lão truyền dạy cho nó những kiến thức hết sức căn bản, vậy mà nó cũng không nắm được. Cứ học trước quên sau, nghe thì như vịt nghe sấm. Điều ấy chứng tỏ căn tính của nó rất kém, không thích hợp để đi theo con đường này.

Thế nhưng đến lúc này nó đã không còn quan trọng nữa, bởi chỉ cần lần này lão thành công, mưu đồ suốt mấy trăm năm của dòng họ coi như đã đạt được. Sau này về nước, lão sẽ khai tông lập phái, thu nhận đệ tử, để tiếp tục nối truyền mạng mạch của dòng họ.

Thế nhưng người tính không bằng trời tính, suốt quãng thời gian ba năm dài đằng đẵng chẳng có chuyện gì xảy ra, đến lúc đại nguyện sắp sửa hoàn thành, lại có một biến cố phát sinh, khiến tất cả những sự tính toán trước đó của lão cùng dòng họ đều đổ sông đổ bể.

...

Hôm ấy là vào một đêm trăng tròn, nhưng trên bầu trời tối thui không có lấy dù chỉ là một tia sáng yếu ớt. Chẳng những vậy, thi thoảng lại có tiếng sấm, tiếng sét bất thình lình nổ vang trời từ phía trên vọng xuống. Nằm một mình co quắp chỗ xó bếp, thằng Lẹo đưa tay kéo mảnh chăn cũn cỡn lên ngang ngực cho đỡ lạnh. Chỉ là gió lạnh từ bên ngoài vẫn cứ liên tục lùa qua khe hở, khiến nó run lên từng chập.

Rồi bất ngờ, một tiếng sét chói lòa ráng xuống làm mọi thứ sáng rực, thằng Lẹo sợ hãi vội bật dậy như cái lò xo, mặt cắt không còn giọt máu. Từ nhỏ tới lớn, nó không sợ ma sợ cọp, chỉ sợ duy nhất là sấm sét. Nhớ lúc còn nhỏ, mỗi lần trời đổ mưa mà có tiếng sấm sét, là nó lại rúc xuống gầm giường, run như cầy sấy đến tận lúc trời tạnh mới dám chui ra.

Sau này khi lớn lên tuy cũng không đến mức ấy, nhưng mỗi lần nghe tiếng sấm sét nó lại không khỏi hoảng kinh hú vía. Từ lúc chập tối nó đã buồn đi tiểu nhưng vẫn cố nhịn, Chỉ là lúc này cái bọc đã căn cứng, thậm chí còn rỉ ra một ít nhớp nháp nơi đũng quần.

Hai tay nó nắm chặt, lưỡi líu lại để cố nhịn. Thế nhưng nhịn ăn nhịn mặc thì còn dễ, chứ nhịn đi tiểu thì làm sao có thể nhịn được. Đến lúc tưởng chừng như cái bọc sắp bục ra, thằng Lẹo cũng chỉ đành mở cửa vội bước ra ngoài để xả.

Sau khi đã giải quyết xong, nó ba chân bốn cẳng lại chạy thật nhanh vào chỗ xó bếp. Nhưng chỉ một lát sau, lẫn trong tiếng mưa gió nó nghe thấy cả tiếng con Mực nhà lão Triệu đang sủa lên inh ỏi.

Một lần nữa nó lại đẩy cửa bước ra, bộ dạng con Mực lúc này nhìn rất dữ tợn, ánh mắt nó long lên sòng sọc, hướng thẳng về chỗ khu vực hậu điện gầm gừ, giống như ở đó đang có một thứ gì đó khiến nó sợ hãi.

Một ý nghĩ thoáng vụt qua trong đầu thằng Lẹo:

"Có khi nào là trộm đột nhập?"

Nếu là như vậy thì đúng là chuyện lớn, nếu như chẳng may mất mát cái gì, ngày mai ông bà Triệu sẽ đổ vấy hết trách nhiệm lên đầu nó, bị đánh no đòn là còn nhẹ, thậm chí là đuổi việc cũng chưa biết chừng.

Tuy nhiên nếu lúc này nó đi ra ngoài đó, chẳng may bị ông Triệu nhìn thấy thì hậu quả nó cũng thật không dám tưởng tượng.

Nó sốt ruột lo lắng đi ra đi vào, tranh đấu tư tưởng một hồi sau cùng vẫn quyết định đi ra chỗ đó để kiểm tra. Sở dĩ nó chọn phương án ấy, bởi nó nghĩ giữa lúc đêm hôm mưa gió thế này, việc ông Triệu có thể phát hiện ra là một điều rất khó.

Khi chỉ mới đi đến đoạn chỗ nhà kho, hai lòng bàn tay của thằng Lẹo mồ hôi đã túa ra ướt nhẹp. Mấy lần nó đã định quay lại từ bỏ ý định, nhưng sau cùng chân vẫn cứ bước tiếp.

Càng đi tới gần căn nhà ấy, nó càng cảm nhận một sự lạnh lẽo tê tái đến

rợn người. Cứ đi được ba bước, thằng Lẹo lại đứng im nín thở nghe ngóng, Đột nhiên nó nghe thấy một âm thanh ồm ồm phát ra.
Phía đằng sau con chó thi thoảng vẫn sủa lên từng tiếng, nhưng chắc nó sợ nên không dám bước theo thằng Lẹo. khi đã tiến đến gần sát căn nhà, thằng Lẹo đã biết chắc âm thanh kia là phát ra từ bên trong ấy. Có điều lúc này cánh cửa đã khép chặt, nó chỉ nhìn thấy lờ mờ ánh sáng của ngọn đèn dầu hắt ra qua khe cửa.
Lấy hết can đảm Lẹo từ từ tiến lại, nó khẽ đưa mắt dòm vào bên trong thì chỉ thấy vài cái kệ gỗ, không hề thấy bóng dáng của ông Triệu đâu cả. Tiếp tục đánh ánh mắt nhìn vào sâu hơn, chị thấy mọi thứ tối om như hũ nút, nếu để mà nói có lẽ ngoài ông Triệu ra, thằng Lẹo chính là người thứ hai được nhìn thấy khung cảnh phía bên trong căn nhà ấy.
Đúng ra lúc này thằng Lẹo đã có thể an tâm mà quay trở về, bởi theo những gì nó thấy ở đây, thì chắc chắn chẳng có tên trộm nào đột nhập cả. Có điều lúc này trong lòng thằng Lẹo lại dấy lên một sự tò mò kích thích khôn tả, nó muốn khám phá xem rốt cuộc ấy là tiếng kêu của con gì, và ông Triệu đang làm gì ở trong đó.
Nó ý thức được rất rõ hành động của mình lúc này, nếu chẳng may bị ông Triệu phát giác thì hậu quả thật khôn lường. Trước giờ nó cũng chẳng phải là một thằng gan to mật lớn gì cả, nhưng con người mà, ai cũng có bản năng tò mò thích khám phá. Nhất là lúc này, cái bí mật động trời kia đã ở gần ngay trước mắt.
Thằng Lẹo đi vòng ra phía hông nhà, đến chỗ gian trong thì nó dừng lại. Đánh mắt nhìn lên cao chỗ gần sát với nóc nhà, ở đó có một cái lỗ thoáng chỉ bằng miệng chén. Chắc đó là cái lỗ thông khí duy nhất gian bên trong này, bởi nếu không có nó, lão Triệu sẽ tắc thở mà chết vì ngộp khí.
Cái lỗ ấy cách mặt đất khá cao, dễ phải đến chừng gần 3m. Ở gần đó có một gốc cau già, nếu trèo lên đó Lẹo nghĩ mình có thể quan sát được vào phía bên trong. Từng hạt mưa vẫn không ngừng rơi lộp độp, thi thoảng lại có ánh chớp lập lòe cùng tiếng sấm ì ùng vang lên. Trời mưa khiến cây cau vốn đã trơn trượt lại càng khó trèo, Hì hục mất một lúc lâu Lẹo mới có thể trèo lên được.

Việc nhìn vào bên trong khó hơn Lẹo tưởng, bởi cái lỗ ở trên cao, kích thước lại nhỏ cộng với bức tường quá dày nên tạo thành một đường ống, chỉ có thể nhìn thẳng chứ không cách nào nhìn chéo xuống dưới được. Thêm nữa Lẹo tin rằng, cho dù có nhìn được xuống dưới đi chăng nữa cũng chẳng thấy gì, bởi nó chỉ thấy một màu đen kịt, dường như bên trong này không hề có ánh sáng.

Cố nhoài người, mở hết đồng tử mắt dòm vào bên trong ấy thêm một lần nữa, sau cùng Lẹo quyết định bỏ cuộc rồi trèo xuống. Chỉ là ngay trong khoảnh khắc ánh mắt nó vừa thu lại, sau một tia chớp chói lòa sáng rực cả bầu trời, Lẹo như chết sững tại chỗ. Phía bên trong cái lỗ ấy lúc này, một con mắt đỏ lòm đang liếc nhìn nó trừng trừng,

Ánh mắt ấy khiến nó sợ đến muốn đứng tim, Nó kinh hãi hét lên một tiếng, rồi ngã bịch xuống đất từ độ cao gần 3m.

Cổ chân trái lập tức bị trẹo, nó lén đau vội vùng dậy bỏ chạy. Nhưng mới chỉ lết ra được tới chỗ cửa chính, lão Triệu lúc này đã đứng lù lù chặn đầu nó. Đôi mắt lão lúc này như toé lửa, sát khí hừng hực như thể muốn ăn tươi nuốt sống nó lập tức.

"Còn tiếp"

IV

Biết mình đã phạm phải điều đại kỵ, thằng Lẹo lập tức cúi rạp cả người xuống đất, chắp hai tay lạy sống xin lão tha mạng. Lão bước từng bước lại gần chỗ nó, sau cùng nói một câu khiến cả người thằng Lẹo run lên lẩy bẩy:

" Nếu như mày đã muốn biết trong đó có gì, vậy hãy đi theo tao!"

Thằng Lẹo vội xua xua tay, như thể muốn bảo không dám. Nhưng lão ta gằn giọng:

" Hoặc là mày đi theo tao, hoặc là mày sẽ chết ngay lập tức!"

Lẹo bấy giờ đã không còn sự lựa chọn, tuy biết vào đó cũng lành ít dữ nhiều, nhưng chí ít vẫn còn một tia hy vọng sống, dù là vô cùng mong manh. Chân bước đi mà Lẹo run rẩy lảo đảo, cảm tưởng như mình đang bước từng bước vào địa ngục.

Bước vào gian đầu tiên, Lẹo không dám nhìn thứ gì, chỉ cúi gằm mặt xuống, cố lết từng bước khó khăn nặng nhọc. Cánh cửa gỗ lim ken két nặng nề vang lên, giống như cửa địa ngục mở ra chào đón Lẹo bước vào.

Ngay lập tức một mùi hôi tanh nồng nặc bốc ra, xộc vào mũi khiến Lẹo như chết đứng. Cùng lúc ấy đập vào mắt hắn là một con cóc to khổng lồ, dễ phải bằng cái mâm, toàn thân đỏ rực như dung nham đang ngồi lù lù trên miệng giếng.

Hai con mắt nó to như miệng bát đang nhìn Lẹo trừng trừng, cái lưỡi dài ngoằng thè ra thụt vào như đang thèm thuồng. Lão Triệu chắp hai tay cung kính trước con cóc kia rồi nói:

" Bẩm ngài, tên này khi nãy đã rình mò ở bên ngoài, nay con đã bắt được nó, hình phạt tùy Ngài định đoạt!"

Từ trong cổ họng của con cóc kia, một âm thanh ồm ồm phát ra. Lẹo

nghe không hiểu, nhưng cảm giác nó giống như một bản án tử giành cho hắn. Lẹo không chần chừ, lập tức quay đầu bỏ chạy nhưng đã muộn, cái lưỡi từ miệng con cóc thè ra với một tốc độ nhanh như điện, quấn chặt lấy người Lẹo rồi kéo lại.
Lẹo kinh hoảng ra sức vùng vẫy la hét nhưng vô ích, cái lưỡi kia nhanh chóng bóp chặt lại, khiến mặt Lẹo dần chuyển sang thâm đen xám xịt. Cho đến khi toàn thân nó bất động buông thõng, con cóc kia mới há cái miệng to như cái mâm rồi nuốt chửng Lẹo vào trong.
Đứng ở một bên lão Triệu mặt không biến sắc, ấy chính là kết cục của những kẻ dám tự ý xâm phạm khu vực hậu điện. Cho dù hôm nay có là vợ con lão đi chăng nữa cũng không ngoại lệ.
Sau khi đã nuốt sống con mồi không còn sót lại dù chỉ một miếng, trên người con cóc những đường vân ngoằn ngoèo hiện ra càng thêm đáng sợ. Từ miệng nó lúc này lại phát ra những âm thanh ồm ồn, lão Triệu nghe thấy thì khuôn mặt hiện lên một chút lo sợ lão nói:
"Ngài cứ yên tâm, con cam đoan từ giờ sẽ không có chuyện như thế này xảy ra nữa, nếu không hình phạt tùy Ngài xử lý!"
Sau một tràng dài những âm thanh ồm ồm tiếp tục vang lên, cơ mặt lão Triệu mới như giãn ra được một chút. Sau đó con cóc kia quay người rồi nhảy thẳng xuống miệng giếng biến mất không còn dấu vết, trả lại cho phía bên trong căn nhà sự yên ắng tịch mịch vốn có.
Lão Triệu lúc này cũng không ở đó nữa, lặng lẽ bước ra ngoài khóa chặt cánh cửa, sau đó trở lên nhà thay một bộ quần áo khác, rồi trở về giường ngủ như thể chưa có chuyện gì xảy ra.
Sáng ngày hôm sau, sau khi gọi mãi chẳng thấy thằng Lẹo đâu, bà Hậu khẽ làu bàu trong miệng:
" Không biết cái thằng chết dẫm này nó bỏ đi đâu, mà từ sáng tới giờ không thấy tăm hơi mặt mũi.!"
Đúng lúc ấy ông Triệu từ trong nhà bước ra, ông nhìn bà rồi bảo:
"Không phải tìm nữa, nó sẽ không trở về nữa đâu!"
Bà Hậu ngạc nhiên:
"Ông bảo sao? không về là sao?"
"Nó chết rồi!"

Lão Triệu đáp lại một cách lạnh lùng, khiến bà sững sờ lắp bắp:
"Cái..cái gì?, nó chết rồi sao?"
"Đúng vậy, ấy là kết cục của những kẻ dám tự ý xâm phạm vào khu vực cấm địa!"
Thấy thái độ trả lời tỉnh bơ của lão, bà Hậu trong lòng cũng dấy lên một chút ghê sợ. Im lặng một lát bà dè dặt lên tiếng:
"Vậy cái xác của nó bây giờ ở đâu? Mà Chuyện này ông định xử trí ra sao?"
" Yên tâm, đã xử lý gọn gàng sạch sẽ. Nếu có ai hỏi, bà cứ bảo đêm hôm qua nó ra ngoài rồi mất tích không thấy trở về. Còn về phần chính quyền tôi tự khắc có cách lo liệu!"
Những tưởng việc ấy sẽ hết sức dễ dàng đối với lão Triệu, chỉ là lão không ngờ lại có một biến cố xảy ra khiến lão không lường trước được. Ấy chính là mẹ của Lẹo, bà Ngàn. Bà sống cảnh mẹ goá con côi đã mấy chục năm, Thằng Lẹo tuy chẳng bằng ai, nhưng nó cũng là đứa con trai bà dứt ruột đẻ ra, là hy vọng sống duy nhất của bà trên đời.
Nay tự dưng thấy nó mất tích một cách vô cớ, bà nghi ngờ việc này chắc chắn có liên quan đến lão Triệu. Nhưng bà thân cô thế cô, nhà lại nghèo rớt mồng tơi, đã mấy lần bà kêu oan nhưng đều không được.
Bà không chịu bỏ cuộc, lại lóc cóc đi lên tận huyện kêu cầu, có điều nhận lại cũng chỉ là những lời sỉ vả trách móc của quan tri huyện:
" Mụ già kia, mụ có tang chứng vật chứng gì không, mà dám vu oan đặt điều cho người khác. Bản quan xưa nay công tư phân minh, làm việc đều theo phép tắc. Vụ án này ta đã phân xử xong, việc con trai mụ mất tích không liên quan gì đến ông Triệu cả. Nếu mụ còn dám tới đây làm phiền bản quan thêm một lần nữa thì đừng có trách. Mau cút về đi!"
Vì xót con nên bà Ngàn vẫn không bỏ cuộc, năm lần bẩy lượt tiếp tục kêu oan, chỉ đến khi bà bị quan huyện sai người lôi ra ngoài, đánh cho một trận thừa sống thiếu chết mới thôi. Những tưởng đời này bà sẽ chẳng bao giờ có thể minh oan giúp nó, nhưng chắc trời thương xót, đã ban cho bà một cơ hội, để mới có ngày sự việc được phơi bày ra ánh sáng.
Hôm ấy không rõ quan Tuần phủ có việc gì mà về tận làng Yên Sở thị

sát, sau khi biết tin, bà Ngàn chạy ra, vừa thấy kiệu của quan tuần phủ tới, bà lập tức nhào ra quỳ rạp xuống đất dập đầu khóc lóc kêu oan. Cũng may đây là một vị quan tốt thương dân, thấy có sự lạ mới cho dừng kiệu rồi bước xuống hỏi chuyện:

" Này bà cụ, bà có biết hành động chặn đường mệnh quan triều đình là đáng tội chết không hả?"

"Bẩm quan! Hôm nay con dù có phải bỏ cái mạng già này, cũng nhất định phải kêu oan cho bằng được. Xin quan đèn trời soi xét, con trai con bị chết oan lắm ạ!"

Vị kia lên tiếng:

" Nếu bà bị oan, tại sao không trình báo lên các quan địa phương?!"

" Dạ con đã trình báo, nhưng các vị ấy chẳng hề tiến hành điều tra, đã liền quy kết con vào tội vu oan giá hoạ, còn đánh cả con nữa!"

Hai hàng lông mày quan tuần phủ cau lại ông nói:

"Lại còn có chuyện vô pháp vô thiên như vậy nữa sao!Thôi được rồi! Có gì bà hãy đứng dậy nói rõ cho ta nghe. Nếu đúng là có oan tình bản quan sẽ đứng ra phân xử giúp, nhưng nếu không phải như vậy, bản quan sẽ xử bà tội vu khống, cản trở người thi hành công vụ!"

Sau đó bà Ngàn đứng dậy, nước mắt ngắn dài thuật lại đầu đuôi tất cả mọi sự. Vị tuần Phủ tên hiệu là Đỗ Minh nghe xong thì trầm ngâm, ông thấy xoay quanh sự việc của Lẹo đúng là cũng có chỗ mờ ám khuất tất. Ông nói:

" Hiện giờ bản quan còn đang có việc trong người, chờ khi ta xong chuyện, ta sẽ đích thân đến đó một chuyến. Bà cứ yên tâm!"

Bà Ngàn lúc này cảm động quỳ sụp xuống đất vái lạy liên tục. Đến khi bóng của quan Tuần phủ đã đi hẳn, bà mới lọm khọm ngồi dậy rồi ra về.

V

Đến chiều muộn hôm ấy, sau khi thị sát đê điều xong, Ngài cho người đi gọi quan tri huyện tới, còn mình thì đi thẳng tới nhà lão Triệu. Vừa thấy ngài tới, cả nhà lão Triệu không khỏi cả kinh, Tuy nhiên ông vẫn cố tỏ ra bình tĩnh hết sức. Thái độ cung kính ông Triệu quỳ xuống rồi nói:

" Dạ hôm nay gia đình chúng con không biết ngài tới, nên đã thất lễ không kịp nghênh đón từ xa. Mong ngài lượng thứ!"

"Được rồi, hôm nay ta đến đây là có công vụ. Có một bà cụ nói rằng con trai của bà ấy làm người ở cho nhà ông, rồi sau đó mất tích một cách bí ẩn. Chuyện này có đúng không?"

Lão Triệu vẫn bình tĩnh đáp lại rành rọt:

" Dạ quả đúng là có việc này, nhưng đó là do hắn ta tự ý bỏ đi, nhà chúng con hoàn toàn không biết gì cả. Về việc nó mất tích con cũng đã báo lại cho quan địa phương và người nhà của hắn, vụ này đích thân quan tri huyện cũng đã xét xử. Tuyệt đối không có hàm oan gì đâu ạ!"

Quan Tuần Phủ gật đầu:

"Bản quan xưa nay xử án đều công tư phân minh, sẽ không chỉ nghe từ một phía. Nếu như ông thực sự trong sạch, ta tuyệt đối sẽ không gây khó dễ!"

Sau khi bước vào trong nhà, nhìn qua mọi thứ Ngài biết lão Triệu này đích thị thuộc hàng danh gia vọng tộc, lắm tiền nhiều của. Chỉ là khi biết được gốc tích của lão là người xứ Tàu, ông cũng có một chút ngạc nhiên.

" Vậy hóa ra ông không phải gốc người nước Nam?

"Dạ chẳng dám giấu quan lớn, ở bên kia gia đình chúng con cũng có một chút tiếng tăm. Trong một lần vân du qua nước Nam, thấy cảnh sắc nơi đây non nước hữu tình, nên không cầm lòng được, mới quyết định an cư lạc nghiệp tại đây!"

Trong lúc chờ đợi quan tri huyện tới, hai người tiếp tục trò chuyện qua lại. Thông qua cuộc trò chuyện ngắn ngủi, ông không chỉ ngạc nhiên trước những kiến thức uyên thâm của lão Triệu về các loại đồ cổ, Mà còn lờ mờ nhận ra lão còn rất thông hiểu về các loại bí tịch kỳ thư, thuật phong thủy cùng luận quẻ tướng số.

Mặc dù lão Triệu đã rất kiệm lời, chỉ nói qua loa một ít lông ra, nhưng cũng đủ khiến cho ông phải ngạc nhiên nể phục. Ngài tin rằng con người này còn ẩn tàng rất nhiều tâm cơ, rất có thể lão ta là một tay phù thuỷ, hoặc tay thầy Pháp lỗi lạc.

Độ chừng gần một canh giờ sau, thì quan tri huyện cũng đã lật đật tới nơi. Mặt lão ta hiện lên sự lo lắng, sau khi khấu đầu làm lễ lão vội lên tiếng:

"Sao hôm nay đại nhân tới đây mà không báo trước với hạ quan một tiếng. Để hạ quan đón tiếp cho chu đáo."

Ông xua tay:

" Việc ấy thì không cần thiết, theo lệnh triều đình hôm nay ta tới đây để thị sát đê điều, cũng như nắm bắt tình hình an sinh trong khu vực. Nếu dẫn ông đi cùng sẽ làm mất đi tính khách quan. Nhưng ông yên tâm, Mọi chuyện đều tốt không có vấn đề gì cả.!"

Nghe vậy vị quan tri huyện mới như được thở phào, được nước ông bèn nói:

" Dạ bẩm, trước giờ hạ quan vẫn luôn một mực cúc cung tận tụy, yêu dân như con. Mọi công việc bên trên giao xuống đều không dám lơ là xao lãng. Nhất là việc đê điều, liên quan đến an nguy của bách dân trăm họ, hạ quan càng không dám qua loa thất trách"

" Được rồi, chuyện đó tạm thời không nhắc đến nữa. Hôm nay ta đặc biệt cho người gọi ông đến đây là có việc khác, lúc sáng có một người kêu oan với ta, nói rằng con trai bà ấy tự dưng mất tích một cách bí ẩn tại nhà ông Triệu. Nghe đâu vụ án này ông cũng đã xét xử rồi đúng không.?"

Nghe tới đây viên quan huyện khẽ nuốt xuống một ngụm nước bọt,

đánh mắt nhìn về phía ông Triệu như thăm dò ẩn ý. Ông Triệu cũng rất nhanh đưa ra ám hiệu, bấy giờ viên quan huyện mới lên tiếng:
“ Dạ quả đúng là có chuyện đó. Nhưng mà vụ đó hạ quan đã cho người điều tra kỹ càng, quả thật sự việc tên Lẹo bị mất tích không hề liên quan gì đến người nhà ông Triệu. Chắc do mẹ của hắn thương xót con quá, nên mới đặt điều vu oan giá hoạ cho ông ấy, Xin Ngài minh xét!”
“Khi nãy ta cũng đã nghe ông Triệu nói, hắn tuy bị câm nhưng đầu óc hết sức bình thường. Không có lý gì lại mất tích một cách vô cớ như vậy được. Ông đã cho người đi lục soát tìm kiếm hay chưa?”
“ Dạ bẩm, hạ quan đã cho người đi lục soát khắp nơi, nhưng vẫn không phát hiện ra hắn. Khả năng cao hắn đã rời khỏi khu vực của hạ quan quản chế!”
“Điều ấy cũng có thể, ngoài ra cũng còn một khả năng khác. Ấy là hắn đã chết!”
“Dạ đúng..đúng là có khả năng đó!”
Điều mà lão Triệu cùng với viên quan huyện lo lắng nhất cuối cùng cũng đến, khi mà Tuần phủ muốn cho người lục soát căn nhà lão Triệu để tìm chứng cứ:
Quan tri huyện im lặng mất một lúc mãi sau mới ấp úng:
“Dạ việc này... Việc này...!”
Còn đang chưa biết trả lời ra sao đúng lúc này ông Triệu lên tiếng chen ngang:
“Dạ thưa Ngài, Trần đại nhân đã cho người kiểm tra kĩ càng rồi ạ! Quả thật là không phát hiện được gì cả.”
Tuần phủ đại nhân lúc này nghiêm mặt nhìn ông Triệu:
“ Tôi đâu có hỏi ông, Trần huyện lệnh, ông nói đi. Rất cuộc ông đã cho người kiểm tra lục soát hay chưa.?”
Trần Tri lúc này ấp úng:
“Dạ..dạ rồi ạ! Có cho người kiểm tra lục soát rồi ạ!”
Quan tuần phủ nghiêm mặt hỏi lại:
“Có đúng như thế không?”
“Dạ đúng! Quả thật không phát hiện được điều gì cả!”
Ngài gật gù rồi bảo:

"Không phải là ta nghi ngờ ông làm việc thất trách, nhưng để cho khách quan, hôm nay đích thân ta sẽ kiểm tra lại, nếu như để bản quan phát hiện ông đang nói dối, hoặc bao che điều gì, đến lúc ấy ta sẽ trị tội ông theo vương pháp!

Đỗ Minh Tuần phủ trước giờ vẫn nổi tiếng là một vị quan thanh liêm chính trực. Đã vậy rất ghét cái thói quan lại cậy quyền cậy thế hà hiếp bá tánh. Chẳng vậy ông thường được ví như bao thanh thiên bên đất Tàu, là nỗi khiếp sợ của tất cả những bè lũ tham quan ô lại!

Từ khi về đất này sinh sống, lão Triệu cũng nhiều lần định dùng tiền bạc mua chuộc ngài nhưng vẫn chưa dám. Bởi nếu làm như vậy mà không thành công, chẳng khác nào vạch áo cho người xem lưng, tự thừa nhận mình có điều khuất tất mờ ám.

Hệ thống quan lại từ cấp huyện trở xuống ông Triệu đều đã móc nối thành công, hàng năm đều quà cáp biếu xén, quan hệ có thể nói vô cùng tốt. Ngoài tội tạo phản ra, ông tin rằng cho dù mình có phạm bất kỳ tội gì, thậm chí giết người luật pháp cũng khó lòng sờ đến.

Có lẽ cũng chính vì bởi quá chủ quan, nên lần này ông đã mắc phải một sai lầm nghiêm trọng. Nếu như biết sớm ông không đời nào cho bà Ngàn có cơ hội gặp được quan tuần phủ, thậm chí là cho bà ta vĩnh viễn không được nhìn thấy ánh mặt trời. Có điều lúc này mọi sự đã rồi, cũng không thể thay đổi được nữa. Bây giờ chỉ còn cách tùy cơ ứng biến mà thôi.

Sau khi đã cho người lục soát hết trên nhà dưới bếp không phát hiện được gì. Lúc đi ra chỗ nhà kho, quan tuần phủ đánh mắt nhìn ra chỗ cuối vườn mới lên tiếng hỏi:

"Căn nhà dưới kia là gì vậy?

Ông Triệu vội trả lời:

"Dạ, Đấy là từ đường của nhà chúng con.!"

Nghe vậy quan tuần phủ cũng có đôi chút ngạc nhiên, Bởi bình thường từ đường sẽ không ai xây cất ở phía sau nhà, lại ở cuối khu vườn như vậy cả. Điều ấy dấy lên trong lòng ông một sự nghi ngờ, ông nói:

"Bản quan xuống đó kiểm tra được chứ?"

Ông Triệu ngập ngừng:

" Dạ về điều này thì e rằng có chút bất tiện. Như Ngài cũng biết đấy, những chỗ thờ tự linh thiêng thường có một vài điều cố kỵ, nhất là việc để cho người lạ tự ý xông vào. Điều ấy rất không hay, mong Ngài hãy xem xét cân nhắc!"

Ông khẽ gật đầu:

" Điều ấy bản quan đương nhiên biết, nhưng vụ án lần này liên quan đến tính mạng con người, không thể làm qua loa được, mong ông hãy hiểu cho!"

Nói rồi ông ra lệnh cho hai người lính dưới trướng đi xuống dưới đó kiểm tra, ông Triệu lúc này quay về phía vợ nháy mắt. Như hiểu ý bà vội bước vào trong nhà. Lát sau bước ra, trên tay bà Hậu cầm một cái hộp khá lớn rồi đưa cho ông Triệu.

Bước đến chỗ quan tuần phủ, lão Triệu nở một nụ cười rồi nói:

"Dạ thưa ngài, hôm nay ngài vất vả cất công tới đây, nhà chúng con cũng chẳng có gì nhiều nhặn, gọi là có một chút lộ phí đi đường biếu ngài. Mong ngài nhận cho chúng con vui ạ!"

Vẻ mặt nghiêm nghị tuần phủ lên tiếng:

"Cái gì đây?"

"Dạ chỉ là một chút lễ mọn. Mong ngài không từ chối."

Vừa nói, ông Triệu vừa mở cái hộp gỗ ra, bên trong đó cơ man là vàng bạc, đá quý lấp lánh. Đứng ở một bên quan tri huyện mắt nhìn không chớp, nuốt nước miếng cái ực vẻ thèm thuồng. Trái ngược với đó tuần phủ Đỗ Minh mặt không biến sắc, ông nhìn lão Triệu lên tiếng.

"Ông có biết hành động này của mình chính là hối lộ mệnh quan triều đình hay không. Nếu ông còn không mau cất đi thì đừng trách bản quan vô tình."

Lão Triệu vẫn cố nài nỉ:

"Ấy chết, ngài hiểu lầm rồi, đây chỉ là một chút lòng thành của gia đình chúng con. Cũng chẳng đáng là bao, mong ngài hãy nhận lấy!"

Quan tuần phủ lúc này nghiêm giọng:

"Nếu ông vẫn còn tiếp tục, ta sẽ cho người gô cổ ông lại. Quy kết ông vào tội hối lộ mệnh quan triều đình.!"

VI

..

Mặt ông Triệu biến sắc, quả đúng như lời đồn, tên Đỗ Minh này không thể dùng tiền để mua chuộc. Có lẽ đây là một trong số những vị quan hiếm hoi còn sót lại trên đời. Biết dùng tiền không được, lão Triệu chỉ đành nghĩ kế khác.

Sau khi đi xuống chỗ hậu điện nhà lão Triệu, thấy ngoài cửa khóa chặt hai tên lính lại bước quay trở lên rồi bẩm báo. Bấy giờ Tuần Phủ lại quay sang lão Triệu rồi bảo:

"Bây giờ ông mau lấy chìa khóa mở cửa ra, để bản quan vào đó kiểm tra.!"

" Thưa Ngài, có nhất thiết phải thế không ạ. Đó là chỗ thờ tự linh thiêng, làm vậy quả thật có chỗ không hay. Mong ngài hãy suy nghĩ lại..!"

"Ông càng như vậy, ta càng nghi ngờ ông đang che giấu điều gì mờ ám. Đừng nhiều lời nữa.. Mau mở cửa ra!"

Đến nước này thì ông Triệu cũng chỉ còn cách tuân lệnh. Khi cánh cửa mở ra, nhìn vào gian bên ngoài giống như một cái thư phòng được bày biện đơn giản nhưng rất ngăn lắp.

So với những món đồ trên nhà thì những món đồ dưới đây trân quý hơn rất nhiều. Ngài đoán rất có thể vì lý do đó, nên ông Triệu đã cất công xây dựng một căn nhà kiên cố như vậy để cất giấu của cải.

Về nguồn gốc lai lịch của những món đồ này có phải phi pháp hay không tạm thời chưa phải lúc tính đến. Sau này nếu có cơ hội chắc chắn ngài sẽ bí mật điều tra.

Tiếp tục bước đến cầm lấy một cuốn sách nhìn khá cũ trên giá, sau khi đọc qua Ngài mới biết tại sao kiến thức của lão Triệu lại uyên bác tới

vậy. Hóa ra là lão ta học được từ những cuốn bí tịch cổ này.
Nhìn lão Triệu ngài hỏi:
"Những cuốn sách này từ đâu mà có?"
"Dạ thưa ngài, đây đều là những cuốn bí tịch mà tổ tiên chúng con truyền lại. Không có vấn đề gì chứ ạ?
"Không có gì, ta chỉ là tò mò nên hỏi qua mà thôi.!"
" Vậy bây giờ chúng ta có thể đi ra ngoài được chưa ạ.?"
Khẽ đánh ánh mắt nhìn vào phía sâu hơn, Ngài bèn lên tiếng:
"Chẳng phải phía bên trong kia vẫn còn một gian nhà nữa hay sao. Ông hãy mở nốt ra để bản quan kiểm tra!"
Lão Triệu ngập ngừng đoạn bảo:
" Dạ bên trong đó không có gì đâu ạ, hơn nữa bên trong ấy mùi rất hôi tanh khó ngửi. Con sợ sẽ làm vấy bẩn ô uế tới ngài!"
Nghe vậy thì quan tuần phủ ngạc nhiên, không đợi ngài lên tiếng lão Triệu liền giải thích:
"Dạ bẩm, trước kia chỗ ấy là một cái giếng cổ. Con về đây xây dựng từ đường cũng không dám lấp lại, sợ động long mạch, khiến linh khí nơi này ảnh hưởng. Quả thực trong đó không có gì đâu ạ!"
" Vậy sao, ta cũng muốn xem rốt cuộc cái giếng ấy trông như thế nào. Ông cứ mở ra đi, không sao đâu!"
Ngập ngừng một lúc lão Triệu cũng bước đến chỗ cánh cửa rồi mở ra, Tuy nhiên trước đó, lão đã làm ra một hành động bí mật, tay lão bắt ấn, miệng khẽ lẩm nhẩm một câu thần chú gì đó rất nhỏ.
Hành động của lão tuy rất nhanh và kín kẽ, nhưng vẫn không cách nào qua khỏi tầm mắt của quan Tuần phủ. Ngài bất giác bước lùi về phía sau, nâng cao tinh thần cảnh giác. Khi cánh cửa vừa mở một mùi hôi tanh lập tức xộc vào mũi, khiến tất cả những người có mặt đều cảm thấy nôn nao khó chịu.
Viên quan huyện không chịu được vội chạy ra xa, mấy tên lính cũng bước giật lùi không dám tiến vào. Lão Triệu lúc này mới nói:
"Đó, ngài cũng thấy đó. Chỗ này vô cùng hôi tanh ô uế, quả thật con không dám nói dối. bây giờ có thể ra ngoài được chưa ạ.?"
"Không được, ta vẫn muốn qua đó kiểm tra. Người đâu, hãy đốt đuốc

vào trong đó kiểm tra cho ta.!"

Mặc dù không muốn nhưng hai tên lính canh cũng chỉ đành miễn cưỡng làm theo. Sau khi bó đuốc được châm lên, hai kẻ ấy bước vào trong mà không khỏi rùng mình nổi gai ốc. Mặc dù đã đưa tay bịt chặt mũi, mà cái mùi nồng nặc xộc vào mũi vẫn khiến hai kẻ ấy nhộn nhạo, cảm tưởng có thể nôn oẹ bất kỳ lúc nào.

Sau khi bó đuốc được đưa xuống, hai kẻ cố căng mắt nhưng cũng không sao nhìn thấy đáy. Có lẽ bởi cái giếng này sâu quá. Thấy vậy ông ra lệnh cho hai kẻ ấy buộc bó đuốc vào một sợi dây rồi thả xuống. Đứng ở bên cạnh, lão Triệu lúc này ánh mắt âm hiểm, tay lão giấu ra đằng sau lưng vẫn liên tục bắt ấn, giống như đang ra ám hiệu cho ai đó.

Sau khi bó đuốc được thả xuống, đám người vẫn không cách nào nhìn rõ mọi thứ dưới đáy giếng, bởi vì cái giếng này sâu hơn họ tưởng rất nhiều, dễ chừng phải đến vài chục mét có hơn. Ngọn đuốc sau đó cũng yếu dần rồi cuối cùng tắt lịm, có lẽ dưới đó lượng oxy quá ít, không đủ để duy trì sự cháy.

Càng như vậy, quan tuần phủ lại càng muốn khám phá sau cùng rốt cuộc dưới cái giếng này có cái gì. Ngài cho rằng đứng từ trên này không nhìn rõ được, nhưng nếu cho người trèo xuống lưng chừng, lại cầm theo bó đuốc khẳng định sẽ có thể nhìn thấy.

Nghĩ là làm, ngài ra lệnh cho một người buộc dây thừng ngang bụng, những người còn lại đứng ở trên từ từ thả xuống. Ánh mắt lão Triệu mỗi lúc càng thêm thâm trầm, nếu nhìn kỹ thậm chí còn thấy ẩn hiện một tia sát khí.

Tay cầm bó đuốc một người lính từ từ được thả xuống, càng xuống sâu mọi thứ càng trở lên rùng rợn đáng sợ. Đến khi đã xuống được lưng chừng, người lính đó tiếp tục dùng một sợi dây để thả bó đuốc xuống sâu hơn.

Mọi thứ dưới đáy giếng từ từ hiện ra, Đến khi bó đuốc vừa chạm đáy, cũng là lúc một tiếng hét đầy kinh hãi vang lên. Trong khoảnh khắc ngắn ngủi, hắn vừa thấy hai con mắt đỏ lòm lòm như máu mở ra, cái miệng nó ngoác rộng, phả ra một thứ mùi tanh hôi đến lộng óc.

Người lính đó kinh hoàng hét lớn:

"Cứu tôi với, có ma..có ma.. mau kéo lên.. kéo lên!"

Thế nhưng đã quá muộn, tiếng kêu của hắn vừa dứt, cũng là lúc từ đáy giếng một con cóc khổng lồ bất chợt nhảy vút lên, há rộng cái miệng rồi nuốt trọn kẻ đó vào trong bụng. Những người đứng phía trên đều kinh sợ đến miệng mồm há hốc, lão Triệu lúc này liếc nhìn mọi người rồi gằn giọng:

"Là các ngươi, Chính các ngươi ép ta phải ra tay.! chính các ngươi đã tự tìm cái chết.!

" To gan, ai cho ngươi ăn nói xấc xược như vậy!"

Lão Triệu lúc này cười lớn, Đã không còn cái vẻ khúm núm sợ sệt như khi trước nữa, lúc này lão ta như trở thành một con người khác, ngang tàng và bá đạo:

" Hôm nay chúng ta ai chết vẫn còn chưa biết, nếu như các ngươi đã dám bước vào đây, cũng đừng hy vọng có thể quay trở ra!"

" Ngươi, ngươi định làm gì. Ngươi định tạo phản hay sao?"

" Đừng nói lời vô ích nữa, đi chết đi!"

VII

...

Nói dứt câu lão ta lập tức đóng chặt cửa lại, quyết không cho ai có thể sống sót rời khỏi đây. Mấy tên lính lập tức lao tới tấn công, lão rút từ trong người ra một thanh đoản kiếm liên tục đón đỡ.

Lão Triệu không những chỉ giỏi về thuật phong thủy bói toán, mà võ thuật cũng thuộc vào hàng cao thủ thượng thừa. Tuổi đời mặc dù đã cao, nhưng thân thủ vẫn vô cùng mau lẹ, chỉ vài động tác cơ bản đã đánh cho mấy tên lính đâm sấp ngã vồ, nằm rên la oai oái.

Viên quan huyện lúc này đứng nép chỗ góc nhà mặt cắt không còn giọt máu, hắn quỳ rạp xuống đất khẩn thiết xin lão Triệu tha mạng. Có điều lời nói còn chưa ra khỏi miệng, một đường kiếm sắc lẹm đã lướt qua ngay cổ họng của hắn, máu tươi phụt bắn lên cao, lão tắt thở ngay lập tức.

Chứng kiến sự việc ấy Tuần phủ tức giận, ngài quát lớn:

"Tên phản tặc to gan, dám ngang nhiên giết chết mệnh quan triều đình. Hôm nay ta sẽ bắt ngươi phải đền tội!"

Dứt lời ngài nhặt lấy một cây giáo ở dưới đất, lập tức lao tới chỗ lão Triệu mà tấn công. Lão Triệu vậy mà không ngờ, thân thủ của tên Đỗ Minh này cũng không phải dạng vừa. Trước giờ lão nghĩ đám quan lại nước Nam chỉ là một phường giá áo túi cơm, chỉ giỏi khua môi múa mép, cậy quyền cậy thế bắt nạt dân đen.

Lão đâu biết rằng Đỗ Minh từ nhỏ cũng thuộc dòng dõi con nhà võ, kinh qua rất nhiều đấu đài đều giành được quán quân. Hai người kẻ đâm người chém, tay đấm chân đá liên tục giao thủ qua lại gần cả trăm chiêu vẫn bất phân thắng bại.

Nếu cứ tiếp tục như vậy, thì ai thắng ai bại khó lòng biết được. Nhưng

rồi có một chuyện bất ngờ xảy ra, khiến cho sau đó lợi thế nghiêng hẳn về phía lão Triệu. Ấy chính là từ dưới giếng, một con cóc khổng lồ bất chợt nhảy vọt lên, ngồi chồm hỗm trên chỗ miệng giếng.
Ngay khi nó xuất hiện lão Triệu lập tức cười lên ha hả, lão chắp hai tay về phía con cóc đầy cung kính rồi nói:
"Tên này hơi khó đối phó, xin Ngài hãy giúp sức hỗ trợ ta một tay!"
Từ miệng của con cóc phát ra một tiếng ồm ồm, lão Triệu nghe xong thì vui mừng nhìn về phía Đỗ Minh lão nói:
" Ta thừa nhận bản lãnh của ngươi rất lớn, nếu so đấu một một ai thắng ai bại khó lòng biết được. Nhưng nếu như có thêm sự trợ giúp của Ngài, ngươi hôm nay sẽ cầm chắc cái chết!"
Mặc dù biết mình lúc này đã thất thế, nhưng Đỗ Minh vẫn không hề tỏ ra sợ hãi:
" Hôm nay ta dù có phải chết tại đây, cũng quyết ngăn cản không cho các ngươi đạt được mục đích!"
Lão Triệu nhếch mép:
" Vậy được, để ta xem ngươi có thể cầm cự được bao lâu!"
Lão Triệu tiếp tục lao tới tấn công điên cuồng, phía bên trong căn phòng tối chật hẹp, những tiếng kim loại va chạm liên tục, những tia lửa điện nhập nhằng như ánh sao. Đây đúng là trận đấu của hai đại cao thủ đích thực, sau khi lão Triệu thành công dồn đối phương vào sát chân tường, con cóc kia bất ngờ phun ra từ trong miệng một bãi dịch nhầy màu đen ngòm thối hoắc.
Mặc dù đã biết trước điều ấy, Đỗ Minh cũng không cách nào né tránh triệt để, vẫn bị dính một ít vào chỗ bắp chân. Ngay lập tức Ông cảm thấy nơi đó nóng rát, y phục bên ngoài vậy mà nhanh chóng bị chất dịch kia ăn mòn như axít.
Một bên lão Triệu vẫn ra sức tấn công, bên kia con cóc như một mũi tên độc đã giương cung, chỉ chờ cơ hội để đánh lén. Không có gì ngạc nhiên khi mà chỉ một lát sau đó, Ngài lại dính thêm vài vết thương nữa, trong đó có cả vết thương do thanh kiếm của lão Triệu để lại.
Biết nếu tình trạng này tiếp tục kéo dài, chỉ một lát nữa thôi mình chắc chắn bại trận. Lúc này chỉ có một con đường duy nhất là chạy trốn, thế

nhưng cánh cửa phòng đã bị lão Triệu khóa trái lại, ấy chính là nơi duy nhất để thoát ra bên ngoài.

Trong đầu ngài nảy ra một kế hoạch, lúc lão Triệu chuẩn bị lao tới tấn công, nhanh như chớp ngài móc từ trong người ra ba cây phi châm rồi phóng mạnh về phía lão. Nếu là kẻ bình thường, ở khoảng cách gần như vậy sẽ không cách nào né tránh. Nhưng thân pháp của lão Triệu nào có phải dạng vừa, lão vẫn kịp thời đưa kiếm ra trước người đón đỡ.

Mặc dù không thành công lấy mạng lão Triệu, nhưng chí ít đã đẩy lùi được lão ta, nhân cơ hội đó ngài tiếp cận lại gần chỗ cánh cửa.

Sau khi phi thân tới nơi, ngài tiếp tục phóng ra ba cây châm để ngăn cản lão Triệu xông tới. Kế đó dùng cây giáo đâm một nhát chuẩn xác vào chỗ ổ khóa cậy mạnh, khiến nó bung ra ngay lập tức. Có điều cũng cùng lúc ấy, từ miệng con cóc cũng phun ra một bãi chất dịch nhầy lớn, nhắm thẳng đầu của ngài mà bắn tới.

Tốc độ của nó rất nhanh, cộng với Ngài đang phân tâm nên không cách nào né tránh. Nếu để cho nó bắn phải, Khẳng định ngài không chết cũng sẽ bị thương nặng, kế hoạch chạy trốn coi như thất bại.

Trong khoảnh khắc tưởng chừng như định mệnh ấy, bất ngờ một người lính gần đó lao nhanh tới đón đỡ. Khuôn mặt hắn nhanh chóng bị chất dịch kia ăn mòn, đến khi lộ ra cả xương sọ. Hắn chỉ kịp ôm mặt la hét mấy tiếng thì đổ ập xuống đất rồi tắc thở.

Đó là một trong những người cận vệ trung thành nhất của ngài, Nay thấy hắn bị như vậy, lòng ngài cũng không khỏi cảm thấy đau đớn chua xót. Tuy nhiên đây không phải là lúc có thể chần chừ, uỷ mị. Ngài không dám chậm trễ, lập tức đạp cửa rồi lao nhanh ra ngoài.

Phía đằng sau lão Triệu cũng lập tức đuổi theo, quyết truy sát đến cùng để diệt trừ hậu hoạ. Đang đứng chỗ sân bà Hậu chứng kiến cảnh tượng ấy thì không khỏi há mồm trợn mắt. Khi lao theo ra đến cổng, thấy tên Đỗ Minh đã chạy được một đoạn rất xa thì lão Triệu biết việc truy sát đã bất thành.

Lão lập tức quay lại, lên kế hoạch để chuẩn bị ứng phó. Sau khi rời khỏi đó, Đỗ Minh lập tức bẩm báo lại việc này lên triều đình, quân đội cũng nhanh chóng được điều tới, vây kín mít ngôi làng Yên Sở, đến mức một

con ruồi cũng khó lòng lọt qua.
Vợ con lão Triệu nhanh chóng bị bắt lại ngay sau đó, nhưng còn riêng lão thì không biết đã trốn đi đâu biệt tăm. Mặc dù đã cho lật tung khắp cả ngôi làng lên, vẫn không tìm thấy tung tích.
Về phần chỗ cái giếng kia, mặc dù mọi người đã thử qua rất nhiều cách nhưng vẫn không sao tiếp cận lại gần được. Khác với lúc trước, bây giờ chỉ cần bước vào phía bên trong căn phòng ấy, lập tức đầu óc mọi người cảm thấy xây xẩm choáng váng, nôn thốc nôn tháo ngất ngay tại chỗ. Rõ ràng nơi ấy lúc này độc khí đã tràn ngập, một khi bước vào sẽ vô cùng nguy hiểm. Công cuộc tìm kiếm lão Triệu vẫn liên tục diễn ra, phạm vi cũng được mở rộng nhưng vẫn không có kết quả. Thượng thư Lý Hà cũng được triều đình cử tới để chỉ đạo giám sát. Lúc này ông nhìn Đỗ Minh rồi hỏi:
"Có khi nào kẻ kia đang trốn ở trong đó hay không?"
Đỗ Minh suy nghĩ hồi lâu rồi đáp lại:
"Như ngài cũng thấy đấy, chỗ đó bây giờ chướng khí ngập tràn, nếu là người bình thường bước vào chắc chắn sẽ không thể toàn mạng. Hạ quan nghĩ lão bản lãnh tuy lớn,, Nhưng cũng khó lòng sống sót nếu ở trong đó!"
Quan thượng thư khẽ lắc đầu:
"Ta thì lại nghĩ là chưa chắc, lúc trước ta cũng đã xem qua những cuốn kỳ thư, bí tịch trong nhà hắn. Phải nói là vô cùng cao minh và thâm ảo. Hẳn tổ tiên của hắn phải là một kỳ tài kiệt xuất, mới có thể để lại cho hậu thế một kho tàng quý giá đến như vậy.!"
" Về việc này thì hạ quan cũng đồng ý, nhưng suy cho cùng hắn ta cũng chỉ là một con người. Sẽ không cách nào chống lại được khí độc ở nơi đó!"
Lý Hà khẽ lắc đầu:
" Về điều này thì ông có phần không biết, lúc trước ta đã đọc qua rất nhiều những loại bí tịch, cổ thuật. Bên trong đó có ghi lại rất nhiều phương pháp khai mở tiềm năng cực hạn của con người, thậm chí là tự biến mình thành quỷ để kéo dài tuổi thọ, ông sẽ không tưởng tượng nổi đâu. Vậy nên việc lão ta có thể sống sót trong đó cũng chỉ là chuyện

nhỏ mà thôi!"
Nghe vậy Đỗ Minh không khỏi kinh ngạc:
"Cái gì, lại còn có loại phương pháp tu luyện nghịch thiên bá đạo như vậy sao? Vậy xem ra chuyện lần này khó rồi đây!"
" Đúng vậy, muốn đối phó với những kẻ tà tu chỉ dùng con người thôi là chưa đủ, phải thỉnh được những vị cao nhân tới đây trợ giúp.?"
Đỗ Minh vẻ mặt đăm chiêu ông hỏi;
" Nhưng chúng ta biết đi đâu tìm họ bây giờ?"
" Ông cứ yên tâm, chuyện này ta đã có dự tính trong đầu. Trong những nơi thâm sơn cùng cốc, có rất nhiều những vị cao nhân ẩn sĩ lánh đời. Thường ngày những vị ấy sẽ không dễ dàng lộ diện, nhưng nếu một khi có kẻ tà tu xuất hiện phá hoại đất nước, hẳn các vị ấy sẽ ra tay trừng trị!"
" Vậy ngài đã cho người đi thỉnh các vị cao nhân ấy về chưa?"
" Ta nghĩ việc ấy là không cần thiết, ta tin rằng chắc hẳn giờ này các vị ấy đã xuất sơn, và đang trên đường tới đây!"
Đỗ Minh vẻ vẫn chưa mấy tin tưởng ông hỏi lại:
" Dựa vào đâu mà ngài có thể chắc chắn như vậy.?"
Thượng thư lúc này đưa tay vuốt chòm râu bạc, ông đáp lại:
"Dựa vào niềm tin, ta tin rằng nước Nam luôn có những bậc kỳ tài ẩn thân, một khi đất nước gặp lâm nguy chắc chắn những vị ấy sẽ xuất hiện. Nếu không tin ông hãy cứ chờ xem!"

VIII

Quả nhiên mọi thứ không nằm ngoài dự đoán của thượng thư Lý Hà. Đúng ba ngày sau, phía cổng làng Yên Hạ có ba người lạ mặt xuất hiện.

Trên tay mỗi người đều cầm một thanh kiếm cổ, lưng đeo tay nải nhìn qua cũng biết là từ phương xa tới. Sau khi ngước mắt nhìn lên bầu trời quan sát dị tượng, một người trong đó lên tiếng:

"Đúng là nơi này rồi, mọi người đi mau lên!"

Từng bước đi của họ nhẹ nhàng thanh thoát như chim yến, cảm tưởng như đang lướt đi trên mặt đất. Họ nhắm thẳng hướng nhà lão Triệu mà đi tới, lúc đến nơi đã thấy lính canh vòng trong vòng ngoài, bu đen bu đỏ kín mít.

Vừa nhìn thấy 3 người đi tới, thượng thư Lý Hà đã ngay lập tức bước ra nghênh đón, ông tin chắc đây chính là những người mà mình đang chờ đợi.

" Xin chào ba vị, tôi là Lý Hà, chẳng hay ba vị từ đâu tới?"

Một người trong đó chắp tay cung kính rồi đáp lại:

" Chúng tôi là những đạo sĩ tu hành trên núi, nhiều ngày trước nhìn thấy nơi này tà khí xung thiên, long mạch đứt đoạn. Chúng tôi bấm quẻ thì biết được nơi này đang có một kẻ tà tu lộng hành. Bởi vậy mới tức tốc xuất hành tới đây!"

Đứng ở bên cạnh tuần phủ Đỗ Minh không khỏi cả kinh, hóa ra tất cả những lời thượng thư đã nói lúc trước đều vô cùng chuẩn xác.

" Vậy các vị có biết rốt cuộc kẻ kia đang làm trò gì hay không?"

" Theo như quẻ bói chúng tôi gieo được, thì kẻ kia đang thi triển một loại tà thuật có tên "Trấn Tinh Long Khí!" Tức kẻ ấy sẽ dùng một con tà tinh để cắt đứt long mạch, phá tan đi linh khí của nước Nam!"

Nghe xong cả Đỗ Minh tuần phủ cùng quan thượng thư đều không khỏi rùng mình. Họ không nghĩ chuyện này lại có sức ảnh hưởng lớn tới vậy. Nếu như kẻ kia thành công, chẳng phải vận khí nước Nam sẽ bị hắn hủy hoại hay sao.?"

Vị kia lại tiếp tục giải thích:

"Nơi này cách kinh thành không quá xa, việc phá long mạch nơi đây chắc chắn sẽ ảnh hưởng trực tiếp tới kinh thành. Tuy là như vậy, nhưng việc phá đi vận khí nước Nam cũng không phải là một điều dễ dàng. Còn có rất nhiều những nhánh long mạch chạy về phía kinh thành, đây chỉ là một trong số đó mà thôi!"

Nghe vậy Lý Hà thượng thư lúc này mới để ý, quả thật thời gian vừa rồi bên trong kinh thành xảy ra rất nhiều chuyện kỳ lạ. Nào là quý phi liên tục xảy thai, nào là hoàng thượng thường xuyên bị cảm mạo nhức đầu vô cớ, thái y cũng không thể chẩn đoán tìm được ra nguyên nhân. Lúc này ngài hỏi:

"Vậy các vị có biết bây giờ kẻ ấy trốn ở đâu không, chúng tôi đã cho người lục soát khắp nơi nhưng vẫn không sao tìm ra tung tích của hắn.?"

"Theo như chúng tôi biết thì hắn vẫn chưa đi đâu cả, hắn vẫn đang ở cùng với con tà tinh kia.!"

Nghe tới đây đỗ Minh thoáng kinh ngạc, ông không dám tin lão Triệu kia vậy mà có thể sống ở một nơi độc khí tràn ngập như vậy. Đúng như ngài thượng thư đã nói, những kẻ tà tu này sở hữu trong mình những khả năng đặc biệt khác hẳn với người bình thường.

Đúng lúc này mặt đất dưới chân mọi người rung chuyển, bên tai họ vang lên một âm thanh ồm ồm đáng sợ. Một vị đạo sĩ thất kinh liền hô lớn:

"Không hay rồi. Chắc chắn kẻ kia đang thi pháp để đẩy nhanh tốc độ phá hoại long mạch. Chúng ta phải lập tức ra tay ngay!"

Ba người không dám chậm trễ, lập tức lao vào phía bên trong nhà lão Triệu. Từng động tác nhanh thoăn thoắt, những lá cờ liên tục được cắm xuống, tạo thành những vòng tròn đồng tâm, hướng dẫn về phía hậu điện nhà lão Triệu.

Tiếp sau đó ba người ngồi xuống, thanh kiếm đeo sau lưng cũng được rút ra, từng động tác, từng ấn chỉ 3 người làm giống nhau đều tăm tắp. Những mũi kiếm liên tục xoay chuyển, lúc chỉ đông, khi chỉ Tây, lên lên xuống xuống biến ảo khôn lường.

Đứng phía xa quan sát đám người triều đình không khỏi toát mồ hôi lạnh, mặt đất rung lắc mỗi lúc càng thêm dữ dội, mây đen trên trời ùn ùn kéo về, khiến cho quang cảnh nơi đây tối sầm lại, cảnh tượng u ám bịt bùng như trước giờ tận thế.

Gió mỗi lúc càng lớn, sấm chớp ì ùng vang rền khắp cả bầu trời. Từ chỗ giếng cổ bất chợt phụt lên một luồng khói đen kịt, bắn thẳng lên trời cao khiến mọi người giật mình kinh hãi, lẫn trong đám khói đen, mơ hồ họ còn nghe tiếng ma kêu quỷ khóc vọng ra.

" Không ổn rồi, mau bày "Thiên Võng Trận" phong bế nơi này lại. Tuyệt đối không được để quỷ khí tiếp tục lan rộng!"

Cả ba người cùng cắt máu tế kiếm, kế đó họ cắm thanh kiếm xuống đất thành hình tam giác, liên tục di chuyển thành một vòng tròn xung quanh hậu điện nhà lão Triệu. Những thanh kiếm rung lên bần bật, từng cơn gió rít qua phát ra những tiếng te te gai người. Những lá cờ cắm ở xung quanh lúc này cũng bay lên phần phật chao đảo.

Đột nhiên có một cây cờ màu trắng bỗng nhiên bốc cháy, thấy vậy mặt ba người liền biến sắc, kế sau đó lại có thêm một lá cờ nữa bốc cháy. Vị sư huynh, cũng là người lớn tuổi nhất trong ba người lên tiếng:

"Không được rồi, kẻ kia mạnh hơn chúng ta tưởng rất nhiều. Nếu cứ đà này không lâu nữa trận pháp sẽ bị phá hủy.!"

"Vậy bây giờ chúng ta phải làm sao?"

Vị kia lúc này lại tiếp:

"Xem ra bắt buộc phải dùng đến long ấn, nếu không khó lòng ngăn chặn mọi thứ đang diễn ra ở nơi đây.!"

Hai người kia nghe vậy thì không khỏi có phần kích động liền hỏi:

"Chẳng lẽ không còn cách nào khác hay sao sư huynh?"

"Như hai người cũng thấy, tà khí nơi này đã xung thiên thoát ra bên ngoài, chứng tỏ long mạch đã bị đứt gãy hoàn toàn. Nếu chúng ta còn tiếp tục dây dưa, hậu hoạn sẽ khôn lường.!"

Long ấn chính là một trong ba loại pháp bảo chấn tông của họ, chỉ vào những tình huống đặc biệt nguy cấp mới được phép đem ra sử dụng. Có điều ở trong tình huống này, nếu muốn sử dụng long ấn, một trong ba người sẽ phải đích thân xuống tận đáy giếng rồi thi pháp. Việc ấy là vô cùng nguy hiểm, hoặc có thể nói là thập tử nhất sinh. Bởi vậy hai người kia mới phải đắn đo do dự.

Một người nhỏ tuổi nhất trong đó lúc này lên tiếng:

" Vậy được, hai người hãy cứ ở đây chủ trì trận pháp, việc đi xuống đó cứ giao cho đệ!"

Vị sư huynh tên Lăng Vân lập tức lắc đầu:

"Không được, việc này vô cùng nguy hiểm. Huynh sẽ nhận trách nhiệm ấy. Mọi việc ở đây giao cho hai người.!"

Không chờ cho hai người lên tiếng, Lăng Vân lập tức mở tay nải, lấy ra một cái ấn hình rồng nhìn rất cổ kính. Trên đó có khắc chi chít những văn tự cổ, đồ hình phức tạp nhìn vô cùng thâm ảo.

Chỉ sau vài bước chân, vị ấy đã tiến vào bên trong gian hậu điện, đứng phía sau hai người sư đệ chỉ biết đứng nhìn trong sự kính phục tột độ. Hành động bất chấp tính mạng của mình dấn thân vào nơi nguy hiểm như Lăng Vân, liệu thế gian có mấy người làm được.

Ở bên ngoài hai người kia vẫn liên tục thi pháp, cố gắng áp chế tà khí đang không ngừng khuếch trương lan rộng. Sau khi bước đến chỗ miệng giếng, vị kia tay bắt thành chỉ, điểm vào tất cả những đại huyệt trên khắp cơ thể để phong bế kinh mạch lại, như vậy sẽ tránh cho độc khí xâm nhập quá sâu vào trong lục phủ ngũ tạng, giúp vị đó sẽ có thêm thời gian chống chịu.

Buộc sợi dây thừng vào ngang hông, tay nắm chắc ấn rồng Lăng Vân đạo sĩ từ từ trèo xuống. Song song với những câu niệm chú, những văn tự trên ấn rồng cũng lập lòe phát sáng. Ngay lập tức tà khí xung quanh bị thanh trừ tan biến, không còn xót lại dù chỉ một chút dấu vết.

Tuy nhiên càng xuống sâu, tà khí càng trở nên đặc quánh và đáng sợ, tốc độ thanh tẩy tà khí cũng theo đó dần chậm lại. Pháp lực của vị kia tiêu hao cũng ngày một nhiều hơn. Đứng ở phía bên ngoài lúc này mọi người có thể nghe thấy đồng thời hai âm thanh, một giống như của một

con cóc khổng lồ, âm thanh phát ra ồm ồm đáng sợ. Còn một là tiếng long ngâm uy vũ, vang vọng khắp cả một vùng trời.
Dù không được chứng kiến tận mắt, nhưng mọi người biết chắc bên trong đó đang diễn ra một trận ác đấu. Kết quả của trận đấu ấy sẽ quyết định vận mệnh của tất cả những người có mặt ở đây.
Lúc này cột khói đen khi nãy cũng bắt đầu nhạt đi, dường như đã bị chiếc ấn rồng kia áp chế, không sao phun lên được nữa.
“ Khốn kiếp, Ai dám ngăn cản ta chỉ có một con đường chết!”
Từ dưới đáy giếng, giọng của lão Triệu gằn lên như một con thú hoang, dù lão đã cố hết sức nhưng vẫn không cách nào ngăn cản chiếc ấn rồng kia đang ngày càng hạ xuống. Nếu cứ tiếp tục, e rằng công sức suốt mấy mươi năm của lão sẽ đổ sông đổ bể. Lão quyết định liều mạng, hôm nay cho dù phải hy sinh tính mạng lão cũng không tiếc, miễn sao phải đạt được mục đích.
“ Được lắm, hôm nay dù chết tao cũng phải kéo chúng mày chết chung!”
Dứt câu, lão quay nhìn sang phía con cóc tinh đoạn nói:
“ Hôm nay con sẽ dùng cả linh hồn và thể xác để huyết tế cho ngài, mong ngài hãy giúp con đạt thành sở nguyện!”
Từ trong miệng con cóc phát ra âm thanh ồm ồm vẻ vô cùng thích thú. Thường ngày món ăn của nó là thịt trâu, nhưng thực ra thứ nó thích nhất vẫn là máu người. Nhất là máu của những kẻ tu luyện tà thuật như lão Triệu, ấy chính là một thứ đại bổ, sẽ giúp nó tăng cường sức mạnh nhanh chóng.
Nay lão Triệu chẳng những hiến tế máu huyết, mà còn hiến tế cả linh hồn cho nó, sau khi hấp thụ xong chắc chắn sức mạnh của nó sẽ có sự chuyển biến mạnh mẽ, bước lên một tầm cao mới. Lúc ấy Việc đối phó với cái ấn rồng kia sẽ dễ như trở bàn tay.
Sau khi thỏa thuận đã đạt được, lão Triệu đưa tay lên đỉnh đầu, đánh mạnh vào thiên linh cái. Cả người lão lập tức cứng đờ, hồn phách cũng xuất ra ngoài ngay lập tức. Con cóc kia đưa cái lưỡi dài ngoằng quấn lấy người lão cho vào miệng rồi nhai ngấu nghiến đầy thích thú.
Khắp người nó những đường vân đỏ lòm sáng rực, hắc khí tỏa ra càng

thêm âm trầm đáng sợ. Lúc này bên cạnh nó có một cái bóng trắng lờ mờ ẩn hiện, ấy chính là linh hồn của lão Triệu. Ánh mắt lão hiện lên một tia gian trá, kế sau đó dung nhập vào trong thần thức của con cóc kia.

Những tưởng sau đó con cóc sẽ thôn phệ linh hồn của lão một cách dễ dàng, thế nhưng không phải. Lúc đang thôn phệ, bỗng nhiên nó rống lên một tiếng đầy đau đớn, kế đó máu mồm máu mũi hộc ra đỏ lòm cả đáy giếng.

Hóa ra khi nãy lão Triệu đã dùng thủ đoạn đánh lén, nhằm chiếm đoạt ngược lại thần thức của nó. Nó không thể nào ngờ được lão Triệu vậy mà lại có lá gan lớn tới vậy. Nó giận dữ điên cuồng gầm lên trong cổ họng:

“ Thằng khốn, mày lại dám tính kế với bản toạ. Hôm nay tao sẽ rút hồn luyện phách mày để xả hận!”

Lão Triệu lúc này chẳng hề tỏ ra sợ hãi lão nói:

“Một con cóc thối có tư cách gì đòi nắm giữ linh hồn của ta. Biết điều hãy để cho ta làm chủ hồn. Bằng không ta sẽ thôn phệ sạch sẽ, biến mày trở thành thức ăn của ta!”

“ Thằng ranh con, tham vọng của mày lớn lắm, Vậy để tao xem bản lãnh của mày tới đâu!”

Bên trong đầu con cóc lúc này, hai luồng tâm thức đấu đá với nhau kịch liệt. Kẻ nào cũng muốn thôn phệ linh hồn kẻ còn lại để trở thành chủ nhân của cái xác. Vị kia lúc này bỗng nhiên cảm thấy quỷ khí phía dưới phát ra giảm hẳn, tiếp theo đó là những tiếng động rầm rầm dữ dội.

Con cóc kia lúc này như bị phát điên, vùng vẫy lăn lộn một cách mất kiểm soát. Lăng Vân đạo sĩ thấy vậy thì không khỏi ngạc nhiên, sau khi bấm độn ông liền lập tức hiểu ra vấn đề. Tận dụng cơ hội ông gia tăng pháp lực, đẩy nhanh tốc độ cho Ấn rồng hạ xuống. Đến khi khoảng cách chỉ còn chừng 10m, lão Triệu lúc này cũng vận hết pháp lực, quyết phân ra thắng bại với con cóc tinh.

Có điều mọi chuyện không dễ dàng như vậy, Nói về linh trí cùng sự hiểm độc có thể con cóc kia không bằng lão, nhưng về sức mạnh mà nói nó tuyệt đối không hề thua kém. Nếu như hai người giao đấu về lâu về dài, rất có thể với những thủ đoạn của mình, lão sẽ giành chiến thắng. Nhưng nếu muốn chỉ trong một thời gian ngắn có thể khuất phục được nó, lại là một điều si tâm vọng tưởng.

Thực ra ban đầu lão Triệu cũng không định làm ra cái hành động ấy, nhưng trong khoảnh khắc mấu chốt, lão đã thay đổi quyết định. Lão không tin tưởng con cóc kia, nhỡ đâu sau khi nó hấp thu linh hồn của lão, nó liền lập tức quay đầu bỏ trốn, vậy chẳng phải lão trở thành một kẻ ngu ngốc hay sao!

Lão muốn tự quyết định vận mệnh cuộc đời mình, không muốn giao nó vào bàn tay kẻ khác. Lúc này lão đã cưỡi trên lưng cọp, dù muốn dù không cũng không còn đường quay lại. Lúc này dù có muốn thỏa hiệp với con cóc kia e rằng cũng đã muộn, chỉ có một con đường duy nhất là chiến thắng nó.

Những tưởng trận chiến này Lăng Vân đạo trưởng sẽ phải thập tử nhất sinh, nếu như hai kẻ kia tin tưởng nhau tuyệt đối, đồng tâm hiệp lực e rằng ngài cũng khó lòng mà thắng được. Hoặc giả dụ nếu có thắng chắc chắn cũng sẽ phải trả một cái giá cực đắt. Thế nhưng lúc này đây, vào thời khắc quan trọng nhất hai kẻ ấy bỗng dưng quay ra cắn xé lẫn nhau, quyết chiến sinh tử như kẻ thù không đội trời chung.

Đây đúng là tình huống mà không ai có thể lường trước được, đôi khi sự tinh ranh nham hiểm rất đáng sợ. Nhưng rất có thể cũng chính vì thế mà khiến họ phải trả một cái giá đắt. Bởi những kẻ như vậy thường không bao giờ tin tưởng ai tuyệt đối, kể cả những người vào sinh ra tử với mình.

Cũng giống như Tào Tháo, lúc trước thà chết chứ nhất định không chịu để Hoa Đà cứu mạng, Đã vậy còn nghi ngờ rồi quay ra giết chết ông ấy. Lão Triệu giờ đây cũng vậy, lão chết trong chính sự đa nghi, nham hiểm của mình.

Chiếc ấn rồng lúc này đã hạ tới đầu con cóc, uy lực của nó tỏa ra vô cùng khủng bố. Lão Triệu đã bắt đầu hối hận, con cóc kia lúc này cũng dừng tay không giao đấu nữa. Có điều đã quá muộn, chỉ nghe một tiếng kêu thống thiết vang trời, kế sau đó mọi thứ đều im bặt như tờ.

Những vầng mây đen trên trời nhanh chóng tản ra, giông gió rút đi ánh mặt trời lại len lỏi chiếu xuống. Sự sống lại được hồi sinh nơi mảnh đất nhà lão Triệu. Đánh dấu sự kết thúc của một âm mưu kéo dài suốt mấy chục năm trời.

Sự việc lần đó đã xảy ra cách đây rất lâu, nhưng đến tận ngày hôm nay ngôi nhà lão Triệu vẫn như một cấm địa không ai dám bén bảng lai vãng. Ngày ấy mặc dù chiếc ấn rồng đã hàn gắn lại long mạch bị đứt gãy, nhưng sự tổn thương ấy quá lớn, trong thời gian ngắn rất khó lòng liền lại.

Bởi vậy lâu lâu người ta lại chứng kiến những dị tượng bất thường xảy ra, khi thì họ bảo nghe thấy những âm thanh lạ, khi thì thấy có cột khói đen vụt lên rồi sau đó biến mất. Thậm chí có người còn bảo nhìn thấy linh hồn của lão Triệu vẫn lảng vảng ở đó chưa đầu thai siêu thoát.

Vào một đêm trời không trăng không sao, khung cảnh bốn bề yên ắng tịch mịch. Dưới cái giếng cổ nhà lão Triệu lúc này có một bàn tay đen kịt từ từ thò lên, nó bám vào thành bể rồi leo ra ngoài. Ánh mắt nó âm tà nham hiểm liếc nhìn bốn phía, sau cùng ngửa mặt lên trời rồi hét lớn:

“Ta đã trở lại, Ta đã trở lại! Ta sẽ phá hủy long mạch nước Nam bằng mọi giá! Chúng mày hãy chờ đó..ha ha ha!”